NEXT LESSON: _____   _____   ___

Day   Time

ASSIGNMENT:

PRACTICE RECORD (time spent):

_____ Monday   _____ Tuesday   _____ Wednesday   _____ Thursday

_____ Friday   _____ Saturday   _____ Sunday   _____ TOTAL TIME

NEW MATERIAL:

NEXT LESSON: _____ _____ _____
                          Day   Time   Date

ASSIGNMENT:

PRACTICE RECORD (time spent):

_____ Monday   _____ Tuesday   _____ Wednesday   _____ Thursday

_____ Friday   _____ Saturday   _____ Sunday   _____ TOTAL TIME

NEW MATERIAL:

NEXT LESSON: _____ _____ _____

                        Day   Time   Date

ASSIGNMENT:

PRACTICE RECORD (time spent):

_____ Monday   _____ Tuesday   _____ Wednesday   _____ Thursday

_____ Friday   _____ Saturday   _____ Sunday   _____ TOTAL TIME

NEW MATERIAL:

NEXT LESSON: _____ _____ _____
                        Day   Time   Date

ASSIGNMENT:

PRACTICE RECORD (time spent):

_____ Monday   _____ Tuesday   _____ Wednesday   _____ Thursday

_____ Friday   _____ Saturday   _____ Sunday   _____ TOTAL TIME

NEW MATERIAL:

NEXT LESSON: _____   _____   _____
                        Day   Time   Date

ASSIGNMENT:

PRACTICE RECORD (time spent):

_____ Monday   _____ Tuesday   _____ Wednesday   _____ Thursday

_____ Friday   _____ Saturday   _____ Sunday   _____ TOTAL TIME

NEW MATERIAL:

NEXT LESSON: _____   _____   _____

                              Day   Time   Date

ASSIGNMENT:

PRACTICE RECORD (time spent):

_____ Monday   _____ Tuesday   _____ Wednesday   _____ Thursday

_____ Friday   _____ Saturday   _____ Sunday   _____ TOTAL TIME

NEW MATERIAL:

NEXT LESSON: _____   _____   _____
                                  Day   Time   Date

ASSIGNMENT:

PRACTICE RECORD (time spent):

_____ Monday　　_____ Tuesday　　_____ Wednesday　　_____ Thursday

_____ Friday　　_____ Saturday　　_____ Sunday　　_____ TOTAL TIME

NEW MATERIAL:

NEXT LESSON: _____   _____   _____
                                Day   Time   Date

ASSIGNMENT:

PRACTICE RECORD (time spent):

_____ Monday   _____ Tuesday   _____ Wednesday   _____ Thursday

_____ Friday   _____ Saturday   _____ Sunday   _____ TOTAL TIME

NEW MATERIAL:

NEXT LESSON: _____ _____ _____
Day   Time   Date

ASSIGNMENT:

PRACTICE RECORD (time spent):

_____ Monday   _____ Tuesday   _____ Wednesday   _____ Thursday

_____ Friday   _____ Saturday   _____ Sunday   _____ TOTAL TIME

NEW MATERIAL:

NEXT LESSON: _____ _____ _____
                        Day   Time   Date

ASSIGNMENT:

PRACTICE RECORD (time spent):

_____ Monday   _____ Tuesday   _____ Wednesday   _____ Thursday

_____ Friday   _____ Saturday   _____ Sunday   _____ TOTAL TIME

NEW MATERIAL:

NEXT LESSON: _____   _____   _____
                        Day   Time   Date

ASSIGNMENT:

PRACTICE RECORD (time spent):

_____ Monday   _____ Tuesday   _____ Wednesday   _____ Thursday

_____ Friday   _____ Saturday   _____ Sunday   _____ TOTAL TIME

NEW MATERIAL:

NEXT LESSON: _____   _____   _____
                            Day   Time   Date

ASSIGNMENT:

PRACTICE RECORD (time spent):

_____ Monday   _____ Tuesday   _____ Wednesday   _____ Thursday

_____ Friday   _____ Saturday   _____ Sunday   _____ TOTAL TIME

NEW MATERIAL:

NEXT LESSON: _____   _____   _____
                          Day   Time   Date

ASSIGNMENT:

PRACTICE RECORD (time spent):

_____ Monday   _____ Tuesday   _____ Wednesday   _____ Thursday

_____ Friday   _____ Saturday   _____ Sunday   _____ TOTAL TIME

NEW MATERIAL:

NEXT LESSON: _____ _____ _____
                        Day   Time   Date

ASSIGNMENT:

PRACTICE RECORD (time spent):

_____ Monday   _____ Tuesday   _____ Wednesday   _____ Thursday

_____ Friday   _____ Saturday   _____ Sunday   _____ TOTAL TIME

NEW MATERIAL:

NEXT LESSON: _____   _____   _____
　　　　　　　　　　　Day　　　　　　　　　　　Time　　　　　　　　　　　Date

ASSIGNMENT:

PRACTICE RECORD (time spent):

_____ Monday   _____ Tuesday   _____ Wednesday   _____ Thursday

_____ Friday   _____ Saturday   _____ Sunday   _____ TOTAL TIME

NEW MATERIAL:

NEXT LESSON: _____ _____ _____
                     Day   Time   Date

ASSIGNMENT:

PRACTICE RECORD (time spent):

_____ Monday   _____ Tuesday   _____ Wednesday   _____ Thursday

_____ Friday   _____ Saturday   _____ Sunday   _____ TOTAL TIME

NEW MATERIAL:

NEXT LESSON: _____   _____   _____
                        Day   Time   Date

ASSIGNMENT:

PRACTICE RECORD (time spent):

_____ Monday   _____ Tuesday   _____ Wednesday   _____ Thursday

_____ Friday   _____ Saturday   _____ Sunday   _____ TOTAL TIME

NEW MATERIAL:

NEXT LESSON: _____   _____   _____
                        Day   Time   Date

ASSIGNMENT:

PRACTICE RECORD (time spent):

_____ Monday   _____ Tuesday   _____ Wednesday   _____ Thursday

_____ Friday   _____ Saturday   _____ Sunday   _____ TOTAL TIME

NEW MATERIAL:

NEXT LESSON: _____ _____ _____
                         Day   Time   Date

ASSIGNMENT:

PRACTICE RECORD (time spent):

_____ Monday   _____ Tuesday   _____ Wednesday   _____ Thursday

_____ Friday   _____ Saturday   _____ Sunday   _____ TOTAL TIME

NEW MATERIAL:

NEXT LESSON: _____ _____ _____
                      Day   Time   Date

ASSIGNMENT:

PRACTICE RECORD (time spent):

_____ Monday   _____ Tuesday   _____ Wednesday   _____ Thursday

_____ Friday   _____ Saturday   _____ Sunday   _____ TOTAL TIME

NEW MATERIAL:

NEXT LESSON: _____   _____   _____
                    Day   Time   Date

ASSIGNMENT:

PRACTICE RECORD (time spent):

_____ Monday   _____ Tuesday   _____ Wednesday   _____ Thursday

_____ Friday   _____ Saturday   _____ Sunday   _____ TOTAL TIME

NEW MATERIAL:

NEXT LESSON: _____   _____   _____
                         Day   Time   Date

ASSIGNMENT:

PRACTICE RECORD (time spent):

_____ Monday   _____ Tuesday   _____ Wednesday   _____ Thursday

_____ Friday   _____ Saturday   _____ Sunday   _____ TOTAL TIME

NEW MATERIAL:

NEXT LESSON: _____   _____   _____
                          Day   Time   Date

ASSIGNMENT:

PRACTICE RECORD (time spent):

_____ Monday   _____ Tuesday   _____ Wednesday   _____ Thursday

_____ Friday   _____ Saturday   _____ Sunday   _____ TOTAL TIME

NEW MATERIAL:

NEXT LESSON: _____   _____   _____
                        Day   Time   Date

ASSIGNMENT:

PRACTICE RECORD (time spent):

_____ Monday   _____ Tuesday   _____ Wednesday   _____ Thursday

_____ Friday   _____ Saturday   _____ Sunday   _____ TOTAL TIME

NEW MATERIAL:

NEXT LESSON: _____ _____ _____
                     Day   Time   Date

ASSIGNMENT:

PRACTICE RECORD (time spent):

_____ Monday   _____ Tuesday   _____ Wednesday   _____ Thursday

_____ Friday   _____ Saturday   _____ Sunday   _____ TOTAL TIME

NEW MATERIAL:

NEXT LESSON: _____ _____ _____
Day   Time   Date

ASSIGNMENT:

PRACTICE RECORD (time spent):

_____ Monday   _____ Tuesday   _____ Wednesday   _____ Thursday

_____ Friday   _____ Saturday   _____ Sunday   _____ TOTAL TIME

NEW MATERIAL:

NEXT LESSON: _____   _____   _____
                         Day   Time   Date

ASSIGNMENT:

PRACTICE RECORD (time spent):

_____ Monday   _____ Tuesday   _____ Wednesday   _____ Thursday

_____ Friday   _____ Saturday   _____ Sunday   _____ TOTAL TIME

NEW MATERIAL:

NEXT LESSON: _____ _____ _____
                          Day   Time   Date

ASSIGNMENT:

PRACTICE RECORD (time spent):

_____ Monday   _____ Tuesday   _____ Wednesday   _____ Thursday

_____ Friday   _____ Saturday   _____ Sunday   _____ TOTAL TIME

NEW MATERIAL:

NEXT LESSON: _____   _____   _____

                   Day   Time   Date

ASSIGNMENT:

PRACTICE RECORD (time spent):

_____ Monday   _____ Tuesday   _____ Wednesday   _____ Thursday

_____ Friday   _____ Saturday   _____ Sunday   _____ TOTAL TIME

NEW MATERIAL:

NEXT LESSON: _____ _____ _____
                          Day   Time   Date

ASSIGNMENT:

PRACTICE RECORD (time spent):

_____ Monday   _____ Tuesday   _____ Wednesday   _____ Thursday

_____ Friday   _____ Saturday   _____ Sunday   _____ TOTAL TIME

NEW MATERIAL:

NEXT LESSON: _____   _____   _____
                            Day   Time   Date

ASSIGNMENT:

PRACTICE RECORD (time spent):

_____ Monday   _____ Tuesday   _____ Wednesday   _____ Thursday

_____ Friday   _____ Saturday   _____ Sunday   _____ TOTAL TIME

NEW MATERIAL:

NEXT LESSON: _____ _____ _____
                        Day   Time   Date

ASSIGNMENT:

PRACTICE RECORD (time spent):

_____ Monday   _____ Tuesday   _____ Wednesday   _____ Thursday

_____ Friday   _____ Saturday   _____ Sunday   _____ TOTAL TIME

NEW MATERIAL: